അസർബൈജാനിലെ
ഇബ്രാഹിമിന്റെ കഥ

azarbaijanile ibrahiminte kadha

•

e p pavithran

•

first edition
may 2018

•

published
chintha publishers, thiruvananthapuram

•

typesetting
star communications, thiruvananthapuram

•

cover & illustration
sivan

വിതരണം

ദേശാഭിമാനി ബുക്ക് ഹൗസ്

H O തിരുവനന്തപുരം-695 035
Ph: 0471-2303026, 6063020
www.chinthapublishers.com
chinthapublishers@gmail.com

ബ്രാഞ്ചുകൾ

ഹെഡ്ഓഫീസ് ബ്രാഞ്ച് കുന്നുകുഴി • സ്റ്റാച്യു തിരുവനന്തപുരം • കെ എസ് ആർ ടി സി ബസ് സ്റ്റേഷൻ ആലപ്പുഴ • കെ എസ് ആർ ടി സി ബസ് സ്റ്റേഷൻ എറണാകുളം • ഐ ജി റോഡ് കോഴിക്കോട് • മാവൂർ റോഡ് കോഴിക്കോട് • എൻ ജി ഒ യൂണിയൻ ബിൽഡിങ് കണ്ണൂർ • സെൻട്രൽ ബസ് ടെർമിനൽ കോംപ്ലക്സ് താവക്കര കണ്ണൂർ

CO - 2690 / 4664
ISBN - 978-93-87842-35-0

അസർബൈജാനിലെ ഇബ്രാഹിമിന്റെ കഥ

പ്രശസ്ത സോവിയറ്റ് നാടോടിക്കഥകളുടെ സ്വതന്ത്രപുനരാവിഷ്കാരം

ഇ പി പവിത്രൻ

ചിന്ത പബ്ലിഷേഴ്സ്
തിരുവനന്തപുരം-695 035

ഇ പി പവിത്രൻ

ജനനം: 1960. കിഴിശ്ശേരി, മലപ്പുറം ജില്ല. കോഴിക്കോട് ഗവ. ആർട്സ് ആന്റ് സയൻസ് കോളേജ്, ഫാറൂഖ് കോളേജ് എന്നിവിടങ്ങളിൽ പഠിച്ചു. കാലിക്കറ്റ് യൂണിവേഴ്സിറ്റിയിൽ ജോലി ചെയ്യുന്നു.

കൃതികൾ : *ചില്ലുകൊട്ടാരങ്ങളിലെ കാവൽക്കാർ* (ഡി സി ബുക്സ്, കേസരി അവാർഡ് നോവൽ), *കിനാവൂരിലെ ഉണ്ണൂണ്ണി.* കൂടാതെ ആനുകാലികങ്ങളിൽ കഥകളെഴുതുന്നു.

ഭാര്യ : പത്മജ

മക്കൾ : സൂര്യകിരൺ, ഹരിചന്ദൻ

വിലാസം : 'കാവില്ലം'
രാമനാട്ടുകര
കോഴിക്കോട് 675 633

പ്രസാധകക്കുറിപ്പ്

പ്രശസ്തമായ സോവിയറ്റ് നാടോടിക്കഥകളിൽ ഒന്നിന്റെ സ്വതന്ത്ര പുനരാവിഷ്കാരമാണ് ഇ പി പവിത്രന്റെ *അസർബൈ ജാനിലെ ഇബ്രാഹിമിന്റെ കഥ* എന്ന ഈ ലഘു പുസ്തകം. പവിത്രൻ സ്വീകരിച്ചിരിക്കുന്നതടക്കമുള്ള ആവിഷ്കാരശൈലി ലളിതവും, കുട്ടികളെ വായിക്കുവാൻ പ്രേരിപ്പിക്കുന്നതുമാണ്. അസർബൈജാൻ എന്ന രാജ്യത്തു ജീവിച്ചിരുന്ന ഒരു പക്ഷി വേട്ടക്കാരന്റെ മകനായ ഇബ്രാഹിമിന്റെ സാഹസികമായ ജീവി തമാണ് ഇതിന്റെ ഇതിവൃത്തം.

ഇന്നും പുതുമ നഷ്ടപ്പെടാത്ത ഈ കഥ കുട്ടികൾക്കായി ഞങ്ങൾ കാഴ്ച വയ്ക്കുന്നു.

ചിന്ത പബ്ലിഷേഴ്സ്

ഒന്ന്

അസർബൈജാൻ എന്ന രാജ്യത്ത് വളരെ പണ്ടു നട ന്നൊരു കഥയാണിത്. അവിടെ ജീവിച്ചിരുന്നു പണ്ടൊരു പക്ഷി വേട്ടക്കാരനും ഭാര്യയും അവരുടെ പിഞ്ചുമകനായ ഇബ്രാ ഹിമും. ദരിദ്രരായിരുന്നു അവർ.

ദൂരദിക്കുകളിൽ നടന്നുചെന്ന് വലവെച്ച് കിളികളെ പിടിച്ച് അവയെ വിറ്റുകിട്ടുന്ന ചില്ലറക്കാശായിരുന്നു പക്ഷിവേട്ടക്കാ രന്റെ ആകെ വരുമാനം. ഭാര്യയാണെങ്കിൽ അടുത്തുള്ള വലിയ വീടുകളിലൊക്കെ ആവും വിധം അദ്ധ്വാനിച്ചു. അവർ ജീവിത മങ്ങനെ തള്ളിനീക്കിക്കൊണ്ടിരുന്നു.

എന്നും പട്ടിണിയും കഷ്ടപ്പാടും മാത്രമായിരുന്നു അവർക്ക് മിച്ചം.

അങ്ങനെയിരിക്കെ ഒരുദിവസം പക്ഷിവേട്ടക്കാരൻ പെട്ടെ ന്നങ്ങ് മരിച്ചു. അതോടെ ആ കുടുംബത്തിന്റെ ജീവിതം ഇരു ളിലാണ്ടു.

നാളുകൾ തള്ളിനീക്കാനായി രാപ്പകൽ കഷ്ടപ്പെടുന്ന ഉമ്മ യോടൊപ്പം പട്ടിണിയും ദുരിതവും പങ്കിട്ട് ഇബ്രാഹിം വളർന്നു.

പത്തു പന്ത്രണ്ടു വയസ്സായിക്കാണും. ഒരു നാൾ ഇബ്രാഹിം ഉമ്മയോട് ചോദിച്ചു.

"പറയൂ ഉമ്മാ, എനിക്കുമുണ്ടായിരുന്നില്ലേ ബാപ്പ. അദ്ദേഹ

മിപ്പോൾ എവിടെയാണ്?"

ഇബ്രാഹിം വലുതായി വരികയാണെന്ന് ഉമ്മയ്ക്ക് മനസ്സിലായി. അവർ പറഞ്ഞു.

"മകനേ നീ കുഞ്ഞായിരിക്കുമ്പോൾത്തന്നെ നിന്റെ ബാപ്പ മരിച്ചുപോയി. ഒരു പക്ഷിവേട്ടക്കാരനായിരുന്നു അദ്ദേഹം."

ഇബ്രാഹിം ചിന്തയിലാണ്ടു.

"ഒരു കാര്യം മറന്നു." ഉമ്മ തുടർന്നു.

അദ്ദേഹത്തിന്റെ ഓർമ്മയ്ക്കായി രണ്ടു സാധനങ്ങൾ ഞാൻ സൂക്ഷിച്ചു വെച്ചിട്ടുണ്ട്. ഒരു വലയും കുഴലും.

"അതെവിടെ?"

"അവിടെ തട്ടിൻപുറത്ത്."

ഇബ്രാഹിം ചാടിയെഴുന്നേറ്റു. എങ്ങനെയൊക്കെയോ തട്ടിൻപുറത്ത് നിന്ന് ആ കുഴലും വലയും തപ്പിയെടുത്തു. അമൂല്യനിധിപോലെ കുറെനേരം അവയെ നോക്കി നിന്നു. അവന്റെ കുഞ്ഞുമനസ്സിൽ ഒരുപാട് ചിന്തകൾ കടന്നുവന്നു.

അവനെന്തൊക്കെയോ തീരുമാനങ്ങളെടുക്കുകയായിരുന്നു.

പിറ്റേന്ന് ഇബ്രാഹിം പറഞ്ഞു:

"ഉമ്മാ, ഞാനും എന്റെ ബാപ്പയുടെ തൊഴിൽ തുടരാൻ തീരുമാനിച്ചു. എനിക്കുമൊരു പക്ഷിവേട്ടക്കാരനാകണം."

"നീയെവിടെപ്പോകും." ആശങ്കയോടെ അവർ ചോദിച്ചു.

"എവിടേക്കെങ്കിലും. എനിക്കീ നാടെല്ലാം ചുറ്റിനടന്നു കാണണം. ഉമ്മയെനിക്ക് അനുവാദം തരണം."

ഇബ്രാഹിമിന്റെ തീരുമാനം ഉറച്ചതാണെന്നും അവനെ പിന്തിരിപ്പിക്കാൻ പറ്റില്ലെന്നും ഉമ്മയ്ക്ക് മനസ്സിലായി.

എവിടെനിന്നൊക്കെയോ അവർ കുറച്ചു പണം കടം വാങ്ങി. ഇബ്രാഹിമിന്റെ യാത്ര എവിടേക്കാണ്, എത്ര കാലത്തേക്കാണ് എന്നൊരു രൂപവുമില്ല. അത്യാവശ്യത്തിനുള്ള വസ്ത്രങ്ങളും ഭക്ഷണവും കരുതിയേ പറ്റൂ.

അങ്ങനെ ഒരു പ്രഭാതത്തിൽ ഉമ്മയോട് യാത്ര പറഞ്ഞ് ഇബ്രാഹിം വീടുവിട്ടിറങ്ങി. പ്രത്യേകിച്ച് ലക്ഷ്യമൊന്നുമില്ലാതെ രണ്ടു രാത്രികളും രണ്ടു പകലുകളും പിന്നിട്ട് മൂന്നാംനാൾ ഒരു കാടിന്റെ വക്കത്തെത്തിച്ചേർന്നു. അവിടെ കമ്പുകളും മരച്ചില്ല

കളും കൊണ്ടൊരു കൊച്ചുകുടിൽ കെട്ടി. പിന്നെ ബാപ്പയുടെ സമ്പാദ്യമായി കിട്ടിയ വലയും കുഴലും പുറത്തെടുത്തു. കുടിലിൽനിന്നൊരല്പ്പമകലെയായി വലവിരിച്ചു. ഒരു മരച്ചുവട്ടിൽ ചാരിയിരുന്ന് മധുരമായി കുഴൽ വിളിച്ചു തുടങ്ങി.

ഏറെനേരം കഴിഞ്ഞില്ല. എവിടെനിന്നോ മനോഹരമായൊരു പക്ഷി പാറി വന്ന് വലയിലകപ്പെട്ടു. ഇബ്രാഹിം ചാടിയെഴുന്നേറ്റു. വലയഴിച്ച് പക്ഷിയെ കൈപ്പിടിയിലൊതുക്കി.

അതിന്റെ സൗന്ദര്യം വർണ്ണനാതീതമായിരുന്നു. തൂവലുകൾക്ക് തിളങ്ങുന്ന നാനാവർണ്ണങ്ങൾ. കണ്ണുകൾ രത്നങ്ങൾ പോലെ.

ആഹ്ലാദം തിരതല്ലുന്ന മനസ്സോടെ ഭാണ്ഡം മുറുക്കി തോളിലിട്ട് പക്ഷിയെയും പിടിച്ച് ഇബ്രാഹിം മടക്കയാത്ര തുടങ്ങി. യുദ്ധം ജയിച്ചുവരുന്ന പടയാളിയുടെ അഭിമാനമായിരുന്നു അവന്റെ ഉള്ളുനിറയെ.

രണ്ട്

ഇബ്രാഹിമിന്റെ വരവ് ദൂരെനിന്നേ ഉമ്മ കണ്ടു. എന്തുപ
റ്റി, ഇത്രവേഗം മടങ്ങാൻ. ചെറിയ കുഞ്ഞാണ്, എന്തെങ്കിലും
സംഭവിച്ചു കാണുമോ? ഉമ്മയുടെ മനസ്സ് തുടിച്ചു.

അടുത്തെത്തിയപ്പോഴല്ലേ നെഞ്ചുവിരിച്ച് വിരിഞ്ഞ ചിരി
യുമായാണ് അവന്റെ വരവ്. അവന്റെ കൈയിലുള്ള ആ പക്ഷി,
എന്തൊരു ഭംഗിയാണതിന്. ശരിക്കും സ്വർഗ്ഗത്തിലെ പക്ഷിയെ
പ്പോലെത്തന്നെ. ഉമ്മയ്ക്കഭിമാനം തോന്നി. ഇബ്രാഹിം മിടു
ക്കനായ ഒരു പക്ഷിവേട്ടക്കാരനായിരിക്കുന്നു.

ഭാണ്ഡക്കെട്ടഴിച്ച് പക്ഷിയെ ഉമ്മയുടെ കൈയിൽ കൊടുത്ത്
ക്ഷീണം തീർക്കാൻ ഇബ്രാഹിം ഒരിടത്തിരുന്നു.

"മോനേ നമുക്കീ പക്ഷിയെ വില്ക്കാം." ഉമ്മയ്ക്കതാണ്
തോന്നിയത്.

പക്ഷേ, അതിനെ കൈവിടാൻ ഇബ്രാഹിമിന് മടി തോന്നി.
അവൻ നല്ലൊരു കൂട് തീർത്തു. പക്ഷിയെ അതിനകത്താക്കി.

അല്പം കഴിഞ്ഞ് നോക്കിയപ്പോഴോ, കൂട്ടിനകത്തൊരു മുട്ട.
ആരും കണ്ടാൽ സ്വന്തമാക്കാൻ കൊതിക്കുന്ന അതിമനോഹ
രമായ വർണ്ണങ്ങൾ.

അന്നുച്ചയ്ക്ക് ആ മുട്ടയുമായി ഉമ്മ കുറച്ചകലെയുള്ള ഒരു
കച്ചവടക്കാരന്റെ അടുത്തെത്തി. സൂത്രക്കാരനായ അയാൾ

ചില്ലിക്കാശിന് അത് കൈക്കലാക്കി. എന്നിട്ട് പറഞ്ഞു:

"നാളെയും ഇതുപോലുള്ള മുട്ടകൊണ്ടു വന്നാൽ ഇരട്ടി ക്കാശ് തരാം."

മുട്ടയുമായി കച്ചവടക്കാരൻ ആ നാട്ടിലെ ഭരണാധികാരി യായ ഷായുടെ കൊട്ടാരത്തിലെത്തി. അത്ര ഭംഗിയുള്ള മുട്ട ഷാ ആദ്യമായി കാണുകയായിരുന്നു. കൈനിറയെ സമ്മാന ങ്ങളുമായാണ് കച്ചവടക്കാരൻ മടങ്ങിയത്.

അടുത്ത ദിവസം മറ്റൊരു മുട്ടയുമായി ഇബ്രാഹിമിന്റെ ഉമ്മ കച്ചവടക്കാരനെ സമീപിച്ചു. അല്പം കൂടി കാശ് കിട്ടി, അത്ര മാത്രം.

കച്ചവടക്കാരനോ, ആ മുട്ടയും ഷായ്ക്ക് സമർപ്പിച്ചു. അയാൾക്ക് സമ്മാനമായി സ്വർണ്ണനാണയമാണ് ലഭിച്ചത്.

പലനാൾ അതങ്ങനെ തുടർന്നു.

മെല്ലെമെല്ലെ കച്ചവടക്കാരൻ സമ്പന്നനായി മാറുകയായി രുന്നു. അയാളുടെ കള്ളക്കളികൾ ഇബ്രാഹിമിന്റെ ഉമ്മയ്ക്ക് മനസ്സിലായത് അവസാനമാണ്. അന്നു തൊട്ട് അവർ അയാൾക്ക് മുട്ടകൊടുക്കാതായി.

കച്ചവടക്കാരൻ ഇബ്രാഹിമിന്റെ വീട്ടിൽ ചെന്നു. ഇനിയും മുട്ടതരണമെന്നും ധാരാളം പണം തരാമെന്നും പറഞ്ഞു നോക്കി. പക്ഷേ, ചതിയനായ അയാളുമായി ഇനിയൊരിടപാ ടുമില്ലെന്ന് ഉമ്മ തീർത്തു പറഞ്ഞു.

ഇബ്രാഹിമിന്റെ പക്ഷി വീണ്ടും മുട്ടകളിട്ടു. ഒരു നാൾ അവ യെല്ലാമെടുത്ത് ഉമ്മയുടെ ഉപദേശപ്രകാരം അവൻ നേരിട്ട് ഷായുടെ കൊട്ടാരത്തിൽ മുഖം കാണിക്കാൻ ചെന്നു.

അത്രയും മുട്ടകൾ ഒന്നിച്ചു കണ്ടപ്പോൾ ഷാ അതീവ സന്തു ഷ്ടനായി. സ്വർണ്ണനാണയങ്ങളും പണവുമടക്കം സഞ്ചി നിറയെ സമ്മാനങ്ങളാണ് ഇബ്രാഹിമിന് പകരം ലഭിച്ചത്. അവനമ്പര ന്നുപോയി.

കൊട്ടാരത്തിൽനിന്ന് മടങ്ങുന്ന വഴിയിൽ കച്ചവടക്കാരൻ ഇബ്രാഹിമിനെ തടഞ്ഞു. ആ സമ്മാനങ്ങളിൽ ഒരു പങ്ക് തനിക്ക് കിട്ടണമെന്നായിരുന്നു അയാളുടെ ന്യായം.

ഇയാൾ ചതിയനാണ്. ഇബ്രാഹിമിന്റെ മനസ്സു മന്ത്രിച്ചു. അവൻ സർവ്വശക്തിയുമെടുത്ത് അയാളെ തള്ളിത്താഴെയിട്ട്

പിന്തിരിഞ്ഞു നോക്കാതെ വീട്ടിലേക്കോടി.

മലർന്നടിച്ചുള്ള വീഴ്ചയിൽനിന്ന് ഉരുണ്ടുപിരണ്ടെഴുന്നേ
ല്ക്കാനുള്ള ശ്രമത്തിനിടയിൽ കച്ചവടക്കാരൻ വിളിച്ചു പറയു
ന്നുണ്ടായിരുന്നു.

"നിന്നെ ഞാൻ കാണിച്ചുതരാം."

മൂന്ന്

സ്വർഗ്ഗത്തിലെ പക്ഷിയുടെ സ്വർഗ്ഗീയ സൗന്ദര്യമുള്ള മുട്ട കളുമായി ഷായുടെ കൊട്ടാരത്തിൽ ഇബ്രാഹിം ഇടയ്ക്കിടെ ചെന്നു. ഓരോ തവണയും പിടിപ്പത് സമ്മാനങ്ങളുമായാണ് അവൻ മടങ്ങിയത്. ആ വീട്ടിലെ ദാരിദ്ര്യം എവിടെയോ പോയ്മ റഞ്ഞു. എത്രയോ വർഷങ്ങളായി അവനും ഉമ്മയും അനുഭ വിച്ചു തീർത്ത കഷ്ടപ്പാടുകൾ പഴങ്കഥയായി മാറി.

കച്ചവടക്കാരനാണെങ്കിൽ അസൂയകൊണ്ട് നീറിപ്പുകഞ്ഞു. ഇബ്രാഹിമിനെ എങ്ങനെ തകർക്കാമെന്നായി സദാസമയവും അയാളുടെ ആലോചന. ഒരു വഴി അവസാനമയാൾ കണ്ടെ ത്തി.

ഒരുദിവസം അയാൾ ഷായുടെ കൊട്ടാരത്തിൽചെന്ന് സൂത്രത്തിൽ അരികിൽ പറ്റിക്കൂടി. ഒരു രഹസ്യം പോലെ ഷായോട് പറഞ്ഞു.

"പ്രഭോ, അങ്ങെന്തിനാണ് വലിയ സമ്മാനങ്ങൾകൊടുത്ത് ആ ഇബ്രാഹിമിന്റെ കൈയിൽനിന്നും മുട്ടകൾ വാങ്ങുന്നത്. ഒന്നു കല്പിച്ചാൽ മതിയല്ലോ, അവനാ പക്ഷിയെ ഇവിടെ കൊണ്ടുവന്നുതരും. സ്വർഗ്ഗത്തിലെ പക്ഷി വളരേണ്ടത് ഏതെ ങ്കിലും അനാഥന്റെ ചെറ്റക്കുടിലിലല്ലല്ലോ, ഈ കൊട്ടാരത്തിൽ തന്നെയാണ്.

കേട്ടപ്പോൾ അതാണ് ശരിയെന്നു ഷായ്ക്കും തോന്നി.

പിറ്റേന്ന് മുട്ടകളുമായെത്തിയപ്പോൾ ഷാ പറഞ്ഞു.

"ഇബ്രാഹിം ഇനി മുതൽ നീ മുട്ട കൊണ്ടുവരേണ്ടതില്ല. ആ പക്ഷിയെ നമ്മെ ഏല്പിക്കുക. അത് കൊട്ടാരത്തിൽ വളരട്ടെ. സ്വർണ്ണം കൊണ്ടൊരു കൂട് തീർപ്പിക്കാൻ പോവുകയാണ്."

ഷായുടെ കല്പനയാണ്. അനുസരിക്കാതെ തരമില്ല. നിരാശ നിറഞ്ഞ മനസ്സുമായാണ് ഇബ്രാഹിം വീട്ടിലെത്തിയത്. അതിലേറെ വിഷമമായിരുന്നു ഉമ്മയ്ക്ക്. തങ്ങളെ ദാരിദ്ര്യത്തിൽനിന്നും കരകയറ്റിയ ആ പക്ഷിയെ പിരിയാൻ അവർക്കെങ്ങനെ സാധിക്കും.

പക്ഷേ, എന്തുചെയ്യാൻ തിരുവായ്ക്കെതിർവായില്ലല്ലോ.

പിറ്റേന്ന് പക്ഷിയുമായി ഇബ്രാഹിം കൊട്ടാരത്തിലെത്തി.

ആ പക്ഷിയുടെ സൗന്ദര്യം കണ്ട് ഷാ സന്തോഷംകൊണ്ട് മതിമറന്നു.

പൊന്നും പണവും ഒരു കുന്ന് സമ്മാനങ്ങളുമാണ് ഇബ്രാഹിമിന് പകരം കിട്ടിയത്. അതു മാത്രമോ, രാജസദസ്സിൽ അവന് അംഗത്വവും ലഭിച്ചു. അതോടെ കൊട്ടാരത്തിൽ അവൻ നിത്യ സന്ദർശകനായി മാറി.

അവന്റെ സമ്പത്തും വർദ്ധിച്ചു വന്നു.

കച്ചവടക്കാരന് ഇതെങ്ങനെ സഹിക്കാനാവും. ഇബ്രാഹിമിനെ കുടുക്കാൻ പുതിയ തന്ത്രങ്ങൾ ആലോചിച്ച് അയാൾ തല പുകഞ്ഞങ്ങനെ നടന്നു.

ഒരുനാൾ പുതിയൊരാശയവുമായാണ് അയാൾ കൊട്ടാരത്തിലെത്തിയത്.

"പ്രഭോ," അയാൾ ഷായോട് പറഞ്ഞു.

"നമ്മുടെ പക്ഷിയെ നോക്കൂ. എന്തോ ക്ഷീണം ബാധിച്ചതുപോലെ തോന്നുന്നില്ലേ. ഇപ്പോഴാണെങ്കിൽ അത് ആഴ്ചയിൽ മൂന്നു മുട്ടകളേ തരുന്നുള്ളൂ. എനിക്ക് തോന്നുന്നത്.."

"പറയൂ...." ഷായ്ക്ക് ആകാംക്ഷയായി.

"അതിനൊരിണക്കിളിയുടെ കൂട്ട് ആവശ്യമാണെന്നാണ്."

ശരിയാണ്, പക്ഷേ, ഇതുപോലൊരിണക്കിളിയെ ഇനിയെവിടെനിന്ന് കിട്ടും.

സൂത്രം ഫലിക്കുന്നുണ്ടെന്ന് കച്ചവടക്കാരന് മനസ്സിലായി.

"പ്രഭോ, അതിനിത്ര പ്രയാസമെന്താണ്. നമ്മുടെ ഇബ്രാ ഹിമിനോടുതന്നെ പറഞ്ഞാൽ മതിയല്ലോ. സമർത്ഥനായ അവന്റെ വലയിൽ വീഴാത്ത പക്ഷികളുമില്ല."

പിന്നെയെന്തുണ്ടായെന്ന് പറയേണ്ടതില്ലല്ലോ. ഇണക്കി ളിയെ പിടിച്ചുകൊണ്ടുവരാനുള്ള ആജ്ഞയും തലയിലേറ്റി തളർന്നവശനായാണ് ഇബ്രാഹിം വീട്ടിലെത്തിയത്.

വിവരമറിഞ്ഞ് ഉമ്മ നടുങ്ങി. പക്ഷേ, സങ്കടപ്പെട്ടിരുന്നതു കൊണ്ട് എന്ത് പ്രയോജനം. എല്ലാം ഉള്ളിലൊതുക്കി വാത്സ ല്യപൂർവ്വം ഇബ്രാഹിമിന്റെ തലയിൽ തഴുകി ഉമ്മ പറഞ്ഞു.

"പോകൂ മകനേ, ധൈര്യമായി പൊയ്ക്കോളൂ. പഴയ അതേ സ്ഥലത്തുചെന്ന് വല വിരിക്കുക. മരിച്ചുപോയ ബാപ്പയുടെയും എന്റെയും അനുഗ്രഹം നിന്നോടൊപ്പമുണ്ട്. ഭാഗ്യം നിന്നെ കൈവിടില്ല."

പിറ്റേന്ന് നേരം വെളുക്കുന്നതിനു മുമ്പേ പഴയ കുഴലും വലയും കൈയിലെടുത്ത് ഭാണ്ഡവും തൂക്കി ഇബ്രാഹിം മറ്റൊരു യാത്രയ്ക്കിറങ്ങി.

ഉമ്മയുടെ അനുഗ്രഹങ്ങളാണ് അവന്റെ കാലുകൾക്ക് കരു ത്തേകിയത്.

നാല്

രണ്ടു പകലുകൾ, രണ്ടു രാത്രികൾ. വിശ്രമമില്ലാതെ നട ക്കുകയായിരുന്നു ഇബ്രാഹിം. മുമ്പൊരിക്കൽ ഇതേ വഴിയിലൂ ടെയായിരുന്നു ആദ്യത്തെ യാത്ര.

മൂന്നാം നാൾ ആദ്യത്തെ കിളിയെ പിടിച്ച അതേ സ്ഥാനത്ത് അവനെത്തിച്ചേർന്നു. മുമ്പു കെട്ടിയ കുടിലിന്റെ അവശിഷ്ടങ്ങൾ ഇപ്പോഴും കാണാം. അവനവിടെ പുതിയൊരു കുടിൽവെച്ചുകെട്ടി. വല വിരിച്ചു. പിന്നെ കുഴലെടുത്ത് മരച്ചു വട്ടിലിരുന്ന് ആ പഴയ ഗാനം വീണ്ടുമാലപിച്ചു.

ഭാഗ്യമോ അതോ ഉമ്മയുടെ അനുഗ്രഹത്തിന്റെ ശക്തിയോ, തളർന്നുറങ്ങിപ്പോയ ഇബ്രാഹിമിനെ ഉണർത്തിയത് വലയില കപ്പെട്ട ആൺകിളിയുടെ ചിറകടികളാണ്. അവൻ ചാടിയെഴു ന്നേറ്റു വേഗമതിനെ കൈപ്പിടിയിലൊതുക്കി. എത്ര നോക്കി യിട്ടും കൊതി തീരാത്തത്ര ഭംഗിയുള്ളൊരാൺകിളി. സ്വർഗ്ഗ ത്തിലെ പക്ഷിക്കു സുന്ദരനായൊരിണക്കിളി.

ഒട്ടും സമയം കളയാതെ ഇബ്രാഹിം വീട്ടിലേക്ക് നടന്നു. അവനത്ര വേഗത്തിൽ വിജയിയായി തിരിച്ചെത്തിയതുകണ്ട പ്പോൾ ഉമ്മയ്ക്കതിശയമായി.

യാത്രാക്ഷീണമകന്നപ്പോൾ, ഇണപ്പക്ഷിയുമായി ഇബ്രാഹിം ഷായുടെ കൊട്ടാരത്തിലെത്തി. സന്തുഷ്ടനായ ഷാ

അവന് നല്കിയ സമ്മാനങ്ങളുടെ കൂമ്പാരം എടുത്താൽ പൊങ്ങാത്തത്ര വലുതായിരുന്നു. രാജസദസ്സിലെ പ്രമുഖന്മാരുടെ കൂട്ടത്തിൽ അവൻ അംഗമാവുകയും ചെയ്തു.

അസൂയ മൂത്ത കച്ചവടക്കാരന് സഹിക്കാവുന്നതിലപ്പുറമായിരുന്നു ഇത്. ഇബ്രാഹിമിനെ തറപറ്റിക്കാനുള്ള പുതിയ തന്ത്രങ്ങളാലോചിച്ച് അയാളുടെ ഊണും ഉറക്കവും കെട്ടു. തല പെരുത്ത ആ ആലോചനയ്ക്കിടെ അയാൾക്ക് വീണു കിട്ടി, 'മാന്ത്രിക റോജാ.' സന്തോഷത്താൽ അയാൾ ആർത്തുവിളിച്ചു തുള്ളിച്ചാടി.

മാന്ത്രികറോജ എന്നത് അസർബൈജാൻകാർക്ക് കഥകളിൽ മാത്രം കേട്ടുപരിചയമുള്ള ഒരപൂർവ്വ പുഷ്പമാണ്. ഒരിക്കലും മങ്ങാത്ത സൗരഭ്യവും സൗന്ദര്യവുമുള്ള പുഷ്പം. ദൂരെ ദൂരെ എവിടെയെന്ന് ആർക്കുമറിവില്ലാത്ത ഒരിടത്തെ വലിയൊരു തോട്ടത്തിൽ ആ ചെടി വളരുന്നു. ഒരേയൊരു ചെടി മാത്രം. തോട്ടത്തിന്റെ ഉടമ ദീവ് എന്നുപേരുള്ള ഒരു ഭീകര രാക്ഷസനാണ്. മുപ്പതടി ഉയരമുള്ള മതിലിനാൽ ചുറ്റപ്പെട്ട ആ തോട്ടത്തിലേക്ക് കടക്കാൻ വഴിയേതുമില്ല. കഥകളിൽ കേട്ടിട്ടുണ്ട് മാന്ത്രികറോജ തേടി പണ്ടാരൊക്കെയോ പോയ കഥ. പോയവരാരും തിരിച്ചു വന്നിട്ടില്ല. എങ്ങനെ വരാൻ, മനുഷ്യമാംസമാണല്ലോ ദീവിന്റെ പ്രിയപ്പെട്ട ഭക്ഷണം.

ഇത്തവണ ഇബ്രാഹിമിന്റെ കഥ കഴിഞ്ഞതു തന്നെ. പകയും സന്തോഷവും കൂടിക്കുഴഞ്ഞ മനസ്സുമായി വീണ്ടും കച്ചവടക്കാരൻ ഷായുടെ കൊട്ടാരത്തിൽ ചെന്നു.

"പ്രഭോ," അയാൾ ഷായെ മുഖം കാണിച്ചു.

"അങ്ങെത്ര മഹാനാണ്. അങ്ങയുടെ ഭരണത്തിൻകീഴിൽ പ്രജകളെല്ലാം സന്തുഷ്ടർ തന്നെ. അങ്ങയെ വെല്ലാൻ ആരുമില്ല. ഈ കൊട്ടാരത്തിന്റെ പെരുമ കേട്ടറിഞ്ഞ് ദൂരദേശങ്ങളിൽനിന്നും എത്രയെത്ര സന്ദർശകരാണ് എത്തുന്നത്. എങ്കിലും...."

"എന്താണ് നിർത്തിക്കളഞ്ഞത്." കച്ചവടക്കാരന്റെ മുഖസ്തുതിയിൽ മയങ്ങിയ ഷായ്ക്ക് ധൃതിയായി. "മുഴുവൻ പറയൂ."

"പ്രഭോ, അടിയൻ ആഗ്രഹിച്ചുപോവുകയാണ്, നമ്മുടെ കൊട്ടാരത്തിൽ നിത്യവും മാന്ത്രിക റോജയുടെ അനശ്വര സൗരഭ്യം നിറഞ്ഞൊഴുകിയെങ്കിലെന്ന്."

അങ്ങനെയൊരാശയത്തെപ്പറ്റിയോർത്തപ്പോൾ ഷായ്ക്ക് കൗതുകമടക്കാനായില്ല. മാന്ത്രികറോജയെക്കുറിച്ചുള്ള കഥക ളൊക്കെ അദ്ദേഹവും കേട്ടിട്ടുണ്ട്. ഒരു പുഷ്പം കിട്ടിയെങ്കി ലെന്ന് ഷാ അതിയായി ആഗ്രഹിച്ചു. പക്ഷേ, അതെങ്ങനെ സാധിക്കും.

ഷായുടെ മനസ്സ് വായിച്ചറിഞ്ഞ കച്ചവടക്കാരൻ പറഞ്ഞു.

"പ്രഭോ, അങ്ങേക്കറിയാമല്ലോ, നമ്മുടെ ഇബ്രാഹിം, അവൻ മന്ത്രശക്തിയുള്ളവനാണ്. സ്വർഗ്ഗത്തിലെ ഇണപ്പക്ഷികളെ പിടി ച്ചുകൊണ്ടുവരാൻ മറ്റാർക്കാണ് കഴിയുക. മാന്ത്രികറോജയുടെ കാര്യം ഇബ്രാഹിമിനോട് പറഞ്ഞു നോക്കൂ. അവൻ നിഷ്പ്ര യാസം അങ്ങയുടെ ആഗ്രഹം നിറവേറ്റിത്തരും."

കച്ചവടക്കാരൻ ആഗ്രഹിച്ചതുപോലെതന്നെ കാര്യങ്ങൾ നടന്നു. ഷാ അയാളെ കൊട്ടാരത്തിലെ മുഖ്യ ഉപദേഷ്ടാവായി നിയമിച്ചു.

പിന്നെ താമസിച്ചില്ല. കൊട്ടാരത്തിൽ വിളിച്ചു വരുത്തപ്പെട്ട ഇബ്രാഹിമിനോട് ഷാ കല്പിച്ചു.

"ഇബ്രാഹിം ഇതാണ് നമ്മുടെ ആജ്ഞ. ഈ കൊട്ടാര ത്തിൽ നിത്യവും മാന്ത്രികറോജയുടെ സൗരഭ്യം പരന്നൊഴുക ണം. അതുകൊണ്ട് യാത്ര പുറപ്പെടുക. ദീവിന്റെ തോട്ടത്തിലെ മാന്ത്രികച്ചെടിയിൽനിന്നും ഒരു റോജ നമുക്ക് കൊണ്ടുത്തരിക."

തളർന്നുപോയി ഇബ്രാഹിം. വിറയ്ക്കുന്ന കാലടികളിൽ വേച്ചുവേച്ചാണ് അവൻ വീട്ടിലെത്തിയത്. പരസ്പരം ആശ്വ സിപ്പിക്കാൻ പോലുമാകാതെ ഉമ്മയും മകനും കെട്ടിപ്പിടിച്ചു കരഞ്ഞു.

രാജകല്പനയാണ്. അനുസരിക്കാതെ വയ്യ. തന്റെ മരണം നിശ്ചയിക്കപ്പെട്ടിരിക്കുന്നുവെന്ന് ഇബ്രാഹിമിനു തോന്നി. കല്പന അനുസരിച്ചാൽ ദീവിന്റെ കൈയാൽ, ധിക്കരിച്ചാൽ ഷായുടെ കൊലമരത്തിൽ.

എല്ലാമുപേക്ഷിച്ച് നാടുവിട്ടുപോകാനൊരുങ്ങിയ മകനെ ഉമ്മ തടഞ്ഞു.

"കുറച്ചു നാൾ കൂടി എന്റെ കൂടെ നില്ക്കൂ മകനേ. കണ്ടു കൊതിതീരുംവരെയെങ്കിലും."

ഇബ്രാഹിമിനെ കൺവെട്ടത്തുനിന്ന് നീങ്ങാൻപോലും ഉമ്മ സമ്മതിച്ചില്ല. അവന് പ്രിയപ്പെട്ട ഭക്ഷണ വിഭവങ്ങൾ നിരവധിയുണ്ടാക്കി മുന്നിൽ നിരത്തി.

അവനൊന്നും കഴിച്ചില്ല. അവന്റെയുള്ളിൽ ഒരിക്കലും തിരിച്ചുവരാത്ത യാത്രയെക്കുറിച്ചുള്ള ചിന്ത മാത്രമേ ഉണ്ടായിരുന്നുള്ളൂ.

അവസാനം ഒരുദിവസം ഇബ്രാഹിം തീരുമാനമെടുത്തു. പുറപ്പെടുകതന്നെ. കഥകളിൽ മാത്രം കേട്ടിട്ടുള്ള, എവിടെയെന്ന് ആർക്കുമറിയാത്ത ദീവിന്റെ തോട്ടത്തിലേക്ക്.

ഉമ്മ ഒരുപാട് വിലക്കി നോക്കി. പക്ഷേ, ഇബ്രാഹിമിന്റെ തീരുമാനം ഉറച്ചതായിരുന്നു. അനുവാദമേകയല്ലാതെ ആ ഉമ്മയ്ക്ക് വേറെ വഴിയുണ്ടായില്ല.

അഞ്ച്

ഏറെയൊന്നും സന്നാഹങ്ങൾ ഇബ്രാഹിം കരുതിയിരു
ന്നില്ല. അത് ലക്ഷ്യമേതെന്നറിയാത്ത യാത്രയായിരുന്നു.

അസർബൈജാൻ എന്ന വലിയ നാടിന്റെ വിജനമായ
വിശാലതകളിലൂടെ ഇബ്രാഹിമിന്റെ കാലുകൾ നടന്നു നീങ്ങി.
കുന്നുകളും മലകളും കയറിയിറങ്ങി, പുഴകളും കാടുകളും
താണ്ടി, വെയിലും മഴയുമേറ്റായിരുന്നു ആ യാത്ര.

യാത്രയിൽ കൊഴിഞ്ഞു വീണത് വർഷങ്ങളായിരുന്നു.
അന്തിയുറങ്ങാൻ താവളം കിട്ടാത്ത രാത്രികൾ. കൂട്ടിന് പട്ടി
ണിയും ദുരിതവും മാത്രം ലഭിച്ച പകലുകൾ. ലക്ഷ്യമെപ്പോഴും
അകലെയെങ്ങോ ആയിരുന്നു.

അങ്ങനെ മൂന്നു വർഷം നീണ്ട അലച്ചിൽ. ഒരു നാൾ അവ
നെത്തിച്ചേർന്നത് ഒരു കുന്നിന്റെ നെറുകയിൽ.

അവിടെ നിന്ന് താഴ്‌വരയിലേക്ക് അത്ഭുതം വിടർന്ന കണ്ണു
കളാൽ ഇബ്രാഹിം നോക്കി നിന്നുപോയി. ദൂരെയതാ അതിമ
നോഹരമായ ഒരു തോട്ടം. കൂറ്റൻ മതിൽക്കെട്ടിനാൽ ചുറ്റപ്പെട്ട
അതിവിശാലമായ പൂന്തോപ്പ്. അവിടെ നിന്നുയരുന്ന സൗരഭ്യം
ആ കുന്നിന്റെ നെറുകയിലോളമെത്തുന്നുണ്ടായിരുന്നു. അവ
സാനം താൻ ദീവിന്റെ തോട്ടത്തിനടുത്തെത്തിയിരിക്കുന്നു.
ഇബ്രാഹിമിന്റെ മനസ്സ് പ്രാർത്ഥനാ നിർഭരമായി.

നേരം ഉച്ചയോടടുത്തിരുന്നു. അവൻ കുന്നിറങ്ങാൻ തുട
ങ്ങി. അവിടേക്ക് പറന്നെത്താൻ ചിറകുകളുണ്ടായിരുന്നെങ്കിൽ
എന്ന് അവൻ ആത്മാർത്ഥമായാഗ്രഹിച്ചു. ബദ്ധപ്പാടിൽ കാലു
കൾ വേദനയോ ക്ഷീണമോ അറിഞ്ഞില്ല.

പത്തുമുപ്പതടി ഉയരമുള്ള പടുകൂറ്റൻ മതിൽക്കെട്ട്. പക്ഷേ,
അകത്തേക്കുള്ള വഴിയെവിടെ? കണ്ടില്ല. വൈകുന്നേരം വരെ
ഇബ്രാഹിം ആ മതിലിനു ചുറ്റും നടന്നു. അകത്തെന്താണെന്ന്
പാളിനോക്കാൻ ഒരു ദ്വാരം പോലും കണ്ടില്ല. വിശപ്പും ദാഹവും
കൊണ്ട് അവൻ തളർന്നു. ഒരു മരച്ചുവട്ടിലിരുന്ന് അറിയാതെ
മയക്കത്തിലേക്ക് വഴുതിവീണു.

ഞെട്ടിയുണർന്നത് ഒരലർച്ചകേട്ടാണ്. എട്ടു ദിക്കും നടു
ങ്ങുന്ന അലർച്ച. മരച്ചുവട്ടിലിരുന്ന് അവൻ ഒളിഞ്ഞു നോക്കി.
അതാ മലപോലൊരു ഭീകര രാക്ഷസൻ കറുത്തിരുണ്ട രോമ
ങ്ങൾ. കാടുപിടിച്ച ദേഹം. തീ പാറുന്ന കണ്ണുകൾ. പാറിപ്പറ
ക്കുന്ന മുടിയിഴകൾ പാമ്പുകളെപ്പോലെ.

അത് ദീവ് ആയിരുന്നു.

തന്റെ കഥ കഴിഞ്ഞുവെന്ന് ഇബ്രാഹിം ഉറപ്പിച്ചു. അവൻ
ശ്വാസമടക്കിപ്പിടിച്ചിരുന്നു. പക്ഷേ, രാക്ഷസൻ അവനിരിക്കുന്ന
ഭാഗത്തേക്ക് നോക്കിയതേയില്ല.

ദീവ് മതിൽക്കെട്ടിനടുത്തേക്ക് നടന്നു. രണ്ടു കൈകൊണ്ടും
അതിലാഞ്ഞിടിച്ചു. അതോടെ മതിൽപിളർന്ന് ഇരുവശത്തേക്കു
മായി അകന്നു നീങ്ങി. തോട്ടത്തിനകത്തേക്ക് വിശാലമായൊരു
കവാടമൊരുങ്ങി. രാക്ഷസൻ അകത്തേക്ക് കടന്നു.

കാത്തിരുന്ന അവസരം. ഇബ്രാഹിം പതുങ്ങിച്ചെന്ന് കവാ
ടത്തിലൂടെ അകത്തേക്ക് നോക്കി. തോട്ടത്തിന്റെ നടുക്ക് അതി
ഗംഭീരമായൊരു കൊട്ടാരം. ദീവ് അവിടേക്ക് നടക്കുകയാണ്.

പൂച്ചയെപ്പോലെ പതുങ്ങി ഇബ്രാഹിമും തോട്ടത്തിനക
ത്തേക്ക് കയറി. പടർന്നുപന്തലിച്ച ചെടികൾക്കു പിന്നിലൊളി
ച്ചിരുന്നു. കണ്ടുപിടിക്കപ്പെട്ടാൽ മരണം നിശ്ചയം. അവൻ
കാത്തിരുന്നു.

ദീവ് കൊട്ടാരത്തിനകത്തേക്ക് കയറിക്കഴിഞ്ഞു. തോട്ട
ത്തിൽ പാറിക്കളിക്കുന്ന നാനാതരം കിളികളുടെ പാട്ടുകളൊ

ഴിച്ചാൽ ബാക്കിയെല്ലാം നിശ്ശബ്ദം.

ഇങ്ങനെയൊരവസരം ഇനി കിട്ടില്ലെന്ന് ഇബ്രാഹിമിനു തോന്നി. ചെടികളുടെ മറവിൽനിന്നും അവൻ പുറത്തിറങ്ങി. ചുറ്റും നോക്കി. ഇല്ല, ആരുമില്ല. എല്ലാ ശക്തിയും ധൈര്യവും സംഭരിച്ച് ശബ്ദമുണ്ടാക്കാതെ പതുങ്ങിപ്പതുങ്ങി അവനാ, കൊട്ടാരത്തിനകത്ത് കയറിപ്പറ്റി.

ആറ്

അപൂർവ്വമായ പരവതാനിവിരിച്ച ഇടനാഴികൾ. ശില്പചാ രുതയാർന്ന ഇരിപ്പിടങ്ങൾ. സുന്ദരമായ ചിത്രങ്ങൾ ആലേഖനം ചെയ്ത ചുമരുകൾ. ഇബ്രാഹിം കണ്ടു പരിചയിച്ച ഷായുടെ കൊട്ടാരത്തേക്കാൾ നൂറുമടങ്ങ് മനോഹരമായിരുന്നു ദീവിന്റെ മന്ദിരം. മനസ്സിന് ശാന്തിയും കുളിർമ്മയുമേകുന്ന വശ്യമായൊരു സൗന്ദര്യം അവിടമാകെ നിറഞ്ഞിരുന്നു. പക്ഷേ, അധികനേരം ആസ്വദിച്ചു നില്ക്കുന്നത് ആപത്താണ്. ഇവിടെയെവിടെയോ ദീവ് എന്ന രാക്ഷസൻ മറഞ്ഞിരിപ്പുണ്ട്.

വെളിച്ചം മങ്ങിത്തുടങ്ങുകയായിരുന്നു. അവിടവിടെ തൂങ്ങി ക്കിടക്കുന്ന മനോഹരമായ വിളക്കുകൾ കൊളുത്താൻ ആരെ ത്തിച്ചേരുമെന്ന് ഇബ്രാഹിം ആലോചിച്ചു. ഇടനാഴിയിലൂടെ അടഞ്ഞു കിടക്കുന്ന നിരവധി വാതിലുകൾ പിന്നിട്ട് അവനെ ത്തിച്ചേർന്നത് വലിയൊരു മുറിക്കു മുന്നിൽ. ആ വാതിൽ തുറന്നു കിടക്കുകയായിരുന്നു.

വിശാലമായ ആ മുറിയിൽ ഇബ്രാഹിം കണ്ട കാഴ്ച! ഹോ! അതെങ്ങനെ വിവരിക്കും?

മുറിയുടെ മദ്ധ്യത്തിൽ പരവതാനിയിൽ അതിസുന്ദരിയാ യൊരു പെൺകുട്ടിയിരിക്കുന്നു. അവളുടെ മടിയിൽ തലവെച്ച്

കിടന്നുറങ്ങുകയാണ് ദീവ്. അത്തരമൊരു കാഴ്ച കണ്ട ഞെട്ട ലിൽനിന്നുണരാനാകാതെ വാതില്ക്കൽതന്നെ നിന്നുപോയി ഇബ്രാഹിം.

പെൺകുട്ടി ഇബ്രാഹിമിനെ കണ്ടതപ്പോഴാണ്. അവളും ഞെട്ടിത്തരിച്ചുപോയി. ദീവിന്റെ കൊട്ടാരത്തിൽ ഒരു മനുഷ്യൻ! സംഭവിക്കാൻ പോകുന്നതെന്താണെന്നറിയാവുന്നതിനാൽ അവൾ ഇബ്രാഹിമിനോട് ആംഗ്യം കാണിച്ചു മടങ്ങിപ്പോവാൻ.

ഇല്ല, അവൻ തലയാട്ടി.

കൈകൊണ്ടും തലകൊണ്ടും പലപല ആംഗ്യങ്ങളിലൂടെ പെൺകുട്ടി വീണ്ടും വീണ്ടും അവനോടപേക്ഷിച്ചു.

"ദയവുചെയ്ത് തിരിച്ചു പോകൂ."

തിരിച്ചു പോവില്ലെന്ന അവന്റെ തീരുമാനമിളക്കാൻ അവൾക്കായില്ല.

ശബ്ദം താഴ്ത്തി അവൾ പറഞ്ഞു:

"ഭാഗ്യംകെട്ട ചെറുപ്പക്കാരാ, ഈ രാക്ഷസനെ നീ കണ്ടില്ലേ, ഇപ്പോഴുറങ്ങിയതേയുള്ളൂ. നാളെ ഉണരുന്നതോടെ നിന്റെ കഥ കഴിയും. അതുകൊണ്ട് സമയം കളയാതെ വേഗം രക്ഷ പ്പെട്ടോളൂ."

"ഇല്ല." ഇബ്രാഹിം പറഞ്ഞു.

"ദീവിന്റെ തടവിൽ ഇങ്ങനെ നിന്നെ ഉപേക്ഷിച്ചു പോകാൻ എനിക്കാവില്ല. പോകുമെങ്കിൽ അത് നിന്നെയും കൊണ്ടു മാത്രം. മരണത്തെ എനിക്ക് ഭയമില്ല."

സുന്ദരി വീണ്ടും കെഞ്ചി നോക്കി.

"എന്നെ രക്ഷിക്കാൻ ശ്രമിക്കേണ്ട. മുമ്പ് അനവധി ധീര ന്മാർ അതിനുവേണ്ടി ശ്രമിച്ചതാണ്. അവരാരും ഇന്ന് ജീവനോ ടെയിരിപ്പില്ല. ഞാൻ കാരണം ഇനി നീ കൂടി അപകടത്തിലാ വുന്നത് എനിക്ക് സഹിക്കാനാവില്ല. ആട്ടെ നീ ഇവിടെ എത്തി

പ്പെട്ടതെന്തിനാണെന്ന് പറയൂ. ഒരുപക്ഷേ, എനിക്കെന്തെങ്കിലും സഹായം ചെയ്തു തരാനായെങ്കിലോ."

ഇബ്രാഹിം പറഞ്ഞു. "മൂന്നു വർഷങ്ങൾ നീണ്ട അലച്ചി ലിനുശേഷമാണ് ഞാനിവിടെയെത്തിയിരിക്കുന്നത്. ഇപ്പോൾ എന്റെ മുമ്പിൽ ഒരേയൊരു ലക്ഷ്യമേയുള്ളൂ. ഈ രാക്ഷസന്റെ തടവിൽനിന്ന് നിന്നെ രക്ഷിക്കുക എന്നത് മാത്രം."

അവനെ പിന്തിരിപ്പിക്കാനാർക്കുമാവില്ലെന്ന് സുന്ദരിക്ക് മന സ്സിലായി. അവൾ ദീവിനെ ഉണർത്താതെ അയാളുടെ തല തന്റെ മടിയിൽനിന്നും താഴേക്കിറക്കി വെച്ചു. മെല്ലെ എഴുന്നേറ്റു.

കൂടെ വരാൻ അവൾ ആംഗ്യം കാട്ടി. ഇരുൾവീണുതുട ങ്ങിയ ഇടനാഴികളിലൂടെ അവളെ ഇബ്രാഹിം പിന്തുടർന്നു.

കൊട്ടാരത്തിലെ രഹസ്യമുറിയിലാണ് അവരെത്തി ച്ചേർന്നത്.

ഇവിടെ സുഖമായി വിശ്രമിച്ചുകൊള്ളുക. ഞാൻ വന്ന് വിളി ക്കുന്നതുവരെ പുറത്തിറങ്ങരുത്.

അവൾ പോകാനൊരുങ്ങിയപ്പോൾ ഇബ്രാഹിം ചോദിച്ചു.

"പേരെന്താണ്?"

"ഹുർഷിദ്." സുന്ദരി പറഞ്ഞു

"എങ്ങനെ ഇവിടെ.....?"

മറുപടി പറയാതെ അവൾ ധൃതിയിൽ പുറത്തിറങ്ങി തിരി ച്ചുപോയി. പഴയ സ്ഥാനത്തുതന്നെ ചെന്നിരുന്നു. സുഖമായു റങ്ങുന്ന രാക്ഷസന്റെ കനത്ത തല മടിയിലേക്ക് തന്നെ വെച്ചു.

പിറ്റേന്ന് ഉറക്കമുണർന്ന ദീവിന് എന്തൊക്കെയോ സംശ യങ്ങൾ തോന്നി. കൊട്ടാരത്തിനകത്തെവിടെയോ നിന്ന് അപ രിചിതമായ ഒരു മനുഷ്യഗന്ധമുയരുന്നതുപോലെ.

"അസംബന്ധം." സുന്ദരി പറഞ്ഞു. "ഇന്നലെ താങ്കൾ കടി ച്ചുമുറിച്ച ഏതെങ്കിലും മനുഷ്യന്റെ മണം ഇപ്പോഴും വായിലു

ണ്ടാവും. അല്ലാതെ ഇങ്ങോട്ട് കയറി വരാൻ ആരാണ് ധൈര്യ പ്പെടുക."

ആ വാക്കുകൾ ദീവ് വിശ്വസിച്ചു. പതിവുപോലെ സന്നാ ഹങ്ങളുമായി വേട്ടയ്ക്കു പുറപ്പെടുകയും ചെയ്തു.

ദീവ് അകലെയെത്തിയെന്നുറപ്പായപ്പോൾ ഹുർഷിദ് രഹ സ്യമുറിയിലേക്ക് ചെന്നു സുഖമായുറങ്ങുന്ന ഇബ്രാഹിമിനെ വിളിച്ചുണർത്തി.

വളരെ നേരം അവർ സംസാരിച്ചു. എട്ടു വർഷം മുമ്പ് കൊച്ചു കുഞ്ഞായിരിക്കെ വീട്ടുമുറ്റത്ത് കൂട്ടുകാരികളുമൊത്ത് കളിച്ചുകൊണ്ടിരിക്കുമ്പോൾ ദീവ് അവളെ തട്ടിക്കൊണ്ടുവന്ന തായിരുന്നു. എന്തുകൊണ്ടോ അവളെ കൊന്നുതിന്നില്ല. അന്നു മുതൽ മനോഹരമായ ഈ കൂറ്റൻ കൊട്ടാരത്തിൽ കൂട്ടിനൊരു മനുഷ്യജീവിയില്ലാതെ അവൾ താമസിക്കുകയാണ്. കൂട്ടിലടച്ച ഒരു വളർത്തുതത്തയെപ്പോലെ ദീവ് അവളെ സംരക്ഷിക്കുന്നു.

ആ കൊട്ടാരത്തിനും തോട്ടത്തിനും പുറത്തുള്ള വലിയ ലോകത്തെക്കുറിച്ച് ഇബ്രാഹിം ഹുർഷിദിനോട് പറഞ്ഞു. സ്വാതന്ത്ര്യത്തിനുവേണ്ടിയുള്ള ദാഹം അവളിൽ മുളപൊട്ടി. അവസാനം അവർ തീരുമാനമെടുത്തു. ഒളിച്ചോടുകതന്നെ.

ദീവിന് അനവധി കുതിരകളുണ്ടായിരുന്നു. അവയിൽനിന്ന് ലക്ഷണമൊത്ത ആറെണ്ണത്തെ ഹുർഷിദ് തെരഞ്ഞെടുത്തു. അവയെ യാത്രയ്ക്ക് തയ്യാറാക്കാൻ ഇബ്രാഹിമിനോട് പറഞ്ഞു.

അതിനുശേഷം അവർ ചെന്നത് ദീവിന്റെ രഹസ്യകലവറ യിലേക്കാണ്. അവിടെയാണ് അയാൾ തന്റെ സമ്പത്തൊക്കെ സൂക്ഷിച്ചിരിക്കുന്നത്.

എട്ടു ചാക്കുകളിൽ അവർ പൊന്നും മുത്തും വാരിനിറച്ചു. നിറഞ്ഞ ചാക്കുകൾ നാലുകുതിരകളുടെ പുറത്തായി കെട്ടിവ ച്ചു. ബാക്കി രണ്ടു കുതിരകളുടെ പുറത്ത് ഇരുവരും കയറി.

മുപ്പതടി ഉയരമുള്ള പടുകൂറ്റൻ മതിൽ. എങ്ങനെ പുറത്തു

കടക്കും. ഇബ്രാഹിം സംശയിച്ചുനിന്നു നിലത്തിറങ്ങിയ ഹുർഷിദ് ആ മതിലിനോടെന്തോ മന്ത്രിച്ചു. അത്ഭുതം, ഭിത്തി യതാ പിളർന്ന് ഇരുവശത്തേക്കും നീങ്ങുന്നു! അവർക്കുള്ള വഴി യൊരുങ്ങിക്കഴിഞ്ഞു.

കൊട്ടാരത്തെ അവസാനമായൊന്നുകൂടി നോക്കി ഹുർഷിദും ഇബ്രാഹിമും പുറത്തേക്ക് കുതിച്ചു പാഞ്ഞു. കനത്ത ചാക്കുകളും പേറി നാലു കുതിരകൾ അവരെ പിന്തു ടർന്നു.

ഏഴ്

അന്നു വൈകുന്നേരം നായാട്ടു കഴിഞ്ഞു കൊട്ടാരത്തിൽ തിരിച്ചെത്തിയ ദീവ് ഞെട്ടി. ഹുർഷിദിനെ കാണുന്നില്ല. കൊട്ടാ രത്തിനകത്തും പുറത്തും രാക്ഷസൻ അരിച്ചുപെറുക്കി. എവിടെ കണ്ടെത്താൻ? അവളപ്രത്യക്ഷയായിരിക്കുന്നു.

കോപംകൊണ്ട് അയാളുടെ കണ്ണുകൾ കനൽപോലെ എരി ഞ്ഞു. കുതിരപ്പന്തിയിലേക്ക് ചെന്നപ്പോഴോ തന്റെ കുതിരക ളിൽ ലക്ഷണമൊത്ത ആറെണ്ണത്തെ കാണാനില്ല. കലവറയിൽ കുന്നുകൂട്ടിവെച്ച സമ്പത്തിൽ വലിയൊരു പങ്ക് നഷ്ടപ്പെട്ടിരി ക്കുന്നു.

ദീവ് സ്തബ്ധനായി നിന്നു. അടുത്ത നിമിഷം മറ്റൊരു കുതിരപ്പുറത്ത് ചാടിക്കയറി കൊടുങ്കാറ്റുപോലെ പുറത്തേക്ക് പറന്നു.

ആ സമയം അകലെയകലെ വിജനമായ മലമ്പാതകളി ലൂടെ കുതിച്ചുപായുകയായിരുന്നു ഹുർഷിദും ഇബ്രാഹിമും. ഒരു പകൽ, ഒരുരാത്രി. പിറ്റേന്ന് യാത്രയ്ക്കിടയിൽ ഹുർഷിദ് ചോദിച്ചു.

"ഇബ്രാഹിം ഒന്നു തിരിഞ്ഞുനോക്കി എന്നോടു പറയൂ, പിറകിലെന്തു കാണുന്നുവെന്ന്."

അകലെയകലെയായി മേഘംപോലെ ഒരു പുകപടലം ഉരുണ്ടുകൂടുന്നുവെന്ന് ഇബ്രാഹിം പറഞ്ഞു.

“അത് മേഘമല്ല, ദീവിന്റെ വായിൽനിന്നും മൂക്കിൽനിന്നും പുറത്തുവരുന്ന കോപത്തിന്റെ നീരാവിയാണ്. അയാൾ നമ്മെ ത്തേടിയിറങ്ങിയിട്ടുണ്ട്.” ഹുർഷിദ് പറഞ്ഞു.

കുറച്ചുകഴിഞ്ഞ് ഇബ്രാഹിം വീണ്ടുമൊന്ന് തിരിഞ്ഞുനോക്കി. ഇത്തവണ കാതിലെത്തിയത് കാറ്റിന്റെ ചൂളംവിളി പോലുള്ള ഒരു ശബ്ദം.

“ദീവിന്റെ ശ്വാസോച്ഛ്വാസത്തിന്റെ ശബ്ദമാണത്.” ഹുർഷിദ് പറഞ്ഞു.

അതിനർത്ഥം അയാൾ നമുക്കടുത്തെത്തിക്കഴിഞ്ഞുവെന്നാണ്.

മൂന്നാമതൊന്നു കൂടി ഇബ്രാഹിം പിറകിലേക്ക് നോക്കി. നേരത്തെ കണ്ട മേഘം അടുത്തെത്തി തങ്ങളെ പൊതിയുകയാണ്. ഒരു ചാറ്റൽമഴയും പെയ്തുതുടങ്ങിയിരിക്കുന്നു.

“ദീവ് ഇപ്പോൾ നമുക്ക് തൊട്ടുപിറകിലുണ്ട്.” ഹുർഷിദ് പറഞ്ഞു. “ചാറ്റൽ മഴയല്ല, ദീവിന്റെ ഉമിനീരാണത്.”

അവർ കുതിരകളെ ഇരട്ടിവേഗത്തിൽ ഓടിച്ചു. അവരുടെ കുതിരകളുയർത്തിയ കുളമ്പടിയൊച്ചകൾ ആ കുന്നിൻചെരുവിൽ തട്ടി പ്രതിദ്ധ്വനിച്ചു.

അതേ വേഗത്തിൽ ഒന്നു രണ്ടു മണിക്കൂറുകൾ പിന്നിട്ടു. ഒരു കുന്നുകയറിയിറങ്ങിക്കഴിഞ്ഞപ്പോൾ ഹുർഷിദ് യാത്ര പതുക്കെയാക്കി.

“ഇനിയൊന്നും പേടിക്കാനില്ല.” അവൾ പറഞ്ഞു.

ഇബ്രാഹിമിന് ഭയം മാറിയിരുന്നില്ല.

“ഈ കുന്നിനിപ്പുറം കടക്കാൻ ദീവിനധികാരമില്ല. കടന്നാലയാളുടെ തല പൊട്ടിത്തെറിക്കുമെന്നൊരു ശാപമുണ്ട്.” ഹുർഷിദ് പറഞ്ഞു.

സാവകാശമായിരുന്നു പിന്നത്തെ യാത്ര.

പിന്നെയും രണ്ടു മാസങ്ങൾ ആ യാത്ര നീണ്ടു. പരിചയമുള്ള പ്രദേശങ്ങളിലേക്ക് എത്തിച്ചേർന്നപ്പോൾ ഇബ്രാഹിമിന്റെ മനസ്സ് തുടിക്കാൻ തുടങ്ങി.

അസർബൈജാനിലെ തന്റെ നാടിതാ സമീപിക്കുകയാണ്. ഈ കാടുകൾ, ഈ വയലേലകൾ, പുഴകൾ, ഈ മണ്ണ്. അവന്റെ

അകവും പുറവും കോരിത്തരിക്കാൻ തുടങ്ങി. അയാളുടെ കുതി
രയുടെ കാലുകൾക്ക് അറിയാതെ വേഗത വർദ്ധിച്ചു.

ഇബ്രാഹിമിന്റെ അതിരില്ലാത്ത സന്തോഷം ഹുർഷിദും
ഏറ്റുവാങ്ങി. സ്വാതന്ത്ര്യം എത്ര സുന്ദരമാണെന്ന് അവളാദ്യ
മായറിയുകയായിരുന്നു.

അവസാനം തന്റെ കൊച്ചുവീടിന്റെ മുമ്പിൽ ഇബ്രാഹിം
എത്തിച്ചേർന്നു കുതിരപ്പുറത്തുനിന്നിറങ്ങി ഹുർഷിദിനോട്
അവൻ പറഞ്ഞു. "ഇതാണെന്റെ കൊച്ചുവീട്." പിന്നെ കൂട്ടി
ച്ചേർത്തു.

"നമ്മുടെ കൊച്ചുവീട്."

എട്ട്

മകൻ തിരിച്ചെത്തിയെന്ന് വിശ്വസിക്കാൻ ഇബ്രാഹിമിന്റെ ഉമ്മ ഏറെ പണിപ്പെട്ടു. വർഷങ്ങൾ നീണ്ട കാത്തിരിപ്പിൽ അവർ വിളറിമെലിഞ്ഞ് എല്ലും തോലുമായിരുന്നു. ഇബ്രാഹിം പോയ നാൾതൊട്ട് ഊണും ഉറക്കവുമില്ലാതെ കരഞ്ഞു തള്ളി നീക്കു കയായിരുന്നു അവരക്കാലമത്രയും. ഒരിക്കലും മടങ്ങി വരി ല്ലെന്ന് കരുതിയ മകനെ കണ്ടപ്പോൾ അവർക്കുണ്ടായ ആശ്വാസം എങ്ങനെ വിവരിക്കാനാണ്.

തളർന്നവശരായിരുന്നു ഇബ്രാഹിമും ഹുർഷിദും. ഒരു മാസക്കാലം വേണ്ടിവന്നു അവർക്ക് നഷ്ടപ്പെട്ട ആരോഗ്യവും ഉന്മേഷവും വീണ്ടെടുക്കാൻ.

അതോടെ ഉമ്മയും പഴയപോലെ ആരോഗ്യവതിയായി ത്തീർന്നു.

ആ വീട്ടിലെ അന്തരീക്ഷവുമായി ഹുർഷിദ് പെട്ടെന്നിണ ങ്ങിച്ചേർന്നു. ഇബ്രാഹിമിനാണെങ്കിൽ അവളെ ജീവനെക്കാ ളേറെ സ്നേഹമായിരുന്നു. അവൾക്കും അങ്ങനെതന്നെ. ഇണ ക്കുരുവികളെപ്പോലെ കളിച്ചും സല്ലപിച്ചും സ്നേഹിച്ചും അവ രുടെ ദിനങ്ങളൊഴുകി നീങ്ങി.

നീണ്ട വിശ്രമം കഴിഞ്ഞ് ആരോഗ്യം വീണ്ടെടുത്തപ്പോൾ ഹുർഷിദിനുവേണ്ടി മനോഹരമായൊരു വീട് പണിയുവാൻ

ഇബ്രാഹിം നിശ്ചയിച്ചു. പ്രൗഢിയിലും സൗന്ദര്യത്തിലും ഷായുടെ കൊട്ടാരത്തേക്കാൾ ഒട്ടും കുറഞ്ഞതാവരുത് അതെന്ന് അവന് നിർബ്ബന്ധമുണ്ടായിരുന്നു. ഹുർഷിദിനെ വിവാഹം കഴിക്കുവാനും പുതുതായി പണി കഴിക്കുന്ന കൊട്ടാരത്തിൽ ഒന്നിച്ച് പുതിയൊരു ജീവിതം തുടങ്ങുവാനും അവർ നേരത്തേ തീരുമാനിച്ചിരുന്നു.

വീട്ടിൽ തിരിച്ചെത്തി രണ്ടു മാസമായിക്കാണും, പെട്ടെന്നൊരുനാൾ ഒരു ഞെട്ടലോടെ ഇബ്രാഹിം ഓർത്തു.

മാന്ത്രിക റോജ! അതിനുവേണ്ടിയായിരുന്നല്ലോ വർഷങ്ങൾക്കു മുമ്പ് ഇറങ്ങിത്തിരിച്ചത്. ദീവിന്റെ കൊട്ടാരത്തിൽവെച്ച് ഹുർഷിദിനെ കണ്ടമാത്രയിൽ മറ്റെല്ലാം മറക്കുകയായിരുന്നു. മാന്ത്രികറോജയില്ലാതെയാണ് തിരിച്ചെത്തിയതെന്ന് ഷാ അറിഞ്ഞാൽ തല പോകുമെന്നുറപ്പ്.

ഇനിയെന്തു ചെയ്യും?

അവന്റെ മുന്നിൽ രണ്ടുവഴികൾ മാത്രം. ഒന്നുകിൽ വീണ്ടും പുറപ്പെടുക, ദീവിന്റെ തോട്ടത്തിലേക്ക്. അതല്ലെങ്കിൽ ഹുർഷിദിനോടൊപ്പം രാജ്യം വിടുക. അസർബൈജാനിനു പുറത്ത് മറ്റേതെങ്കിലും നാട്ടിൽ കുടിയേറുക. ഒരു തീരുമാനമെടുക്കാനാവുന്നില്ല. മനസ്സിലൂറിക്കൂടിയ ദുഃഖചിന്തകളാൽ അവന്റെ മുഖം സദാ മ്ലാനമായി.

എല്ലാം കാണുന്നുണ്ടായിരുന്നു ഹുർഷിദ്. എന്താണീ ദുഃഖത്തിനു കാരണമെന്ന് അവൾ ചികഞ്ഞു ചോദിച്ചു. അവസാനം ഇബ്രാഹിമിനെല്ലാം തുറന്നു പറയേണ്ടി വന്നു.

ദീവിന്റെ കോട്ടയിൽ താനെത്തിച്ചേർന്നത് ഹുർഷിദിനെ രക്ഷിക്കാനല്ല, ഷായുടെ കല്പനയനുസരിച്ച് മാന്ത്രികറോജ കൊണ്ടുവരുവാനായിരുന്നു. അവളെ കണ്ടമാത്രയിൽ അതെല്ലാം മറന്നുപോയി. പിന്നെ ഒരേയൊരു ലക്ഷ്യം അവളെ രക്ഷപ്പെടുത്തുക എന്നത് മാത്രമായി. ഇപ്പോഴിതാ മരണം പടിവാതിൽക്കൽ വന്നു കാവൽ നില്ക്കുന്നു.

"അത്രേയുള്ളൂ." ഹുർഷിദ് പുഞ്ചിരിതൂകി. വെട്ടിത്തിളങ്ങുന്ന ഒരു വെള്ളിത്താലം അവൾ കൈയിലെടുത്തു. ചൂണ്ടുവിരലിന്റെ അഗ്രംകൊണ്ട് മൂക്കിന്റെ തുമ്പിൽ രണ്ടു തവണ

മെല്ലെത്തട്ടി അതാ രണ്ടു തുള്ളിരക്തം ആ താലത്തിലേക്ക് വീഴുന്നു. ഇബ്രാഹിം നോക്കി നില്ക്കെ ആ രക്തത്തുള്ളികൾ രണ്ടു മനോഹര റോസാപുഷ്പങ്ങളായി വിടർന്നു താലത്തിൽ നിറഞ്ഞുനിന്നു.

ആ പൂക്കളുടെ സൗന്ദര്യത്തിലും സൗരഭ്യത്തിലും അവൻ മയങ്ങിനിന്നു. വാക്കുകൾ തൊണ്ടയിൽ തടഞ്ഞു.

പിന്നെ താമസിച്ചില്ല. മാന്ത്രികറോജാപുഷ്പങ്ങളുമായി ഇബ്രാഹിം ഷായുടെ കൊട്ടാരത്തിലേക്ക് പുറപ്പെട്ടു.

ഒമ്പത്

കഥകളിൽ മാത്രം കേട്ടുപരിചയമുള്ള മാന്ത്രിക റോജാ കൺമുന്നിൽ കണ്ട ഷാ സന്തോഷത്താൽ മതിമറന്നു. അഭിന ന്ദനങ്ങളും സമ്മാനങ്ങളുംകൊണ്ട് ഇബ്രാഹിമിനെ വീർപ്പുമു ട്ടിച്ചു.

പക്ഷേ, ശരിക്കും ഞെട്ടിയത് കൊട്ടാരത്തിലെ മുഖ്യ ഉപ ദേഷ്ടാവായ കച്ചവടക്കാരനാണ്. ഇബ്രാഹിമിനോടുള്ള പകയാ യിരുന്നല്ലോ അയാളുടെ മനസ്സുനിറയെ. അവൻ മരിച്ചു മണ്ണടി ഞ്ഞുവെന്നായിരുന്നു അയാൾ വിശ്വസിച്ചിരുന്നത്. ഇതെല്ലാം അയാൾക്കെങ്ങനെ സഹിക്കാനാവും.

മുഖ്യ ഉപദേഷ്ടാവിന്റെ കുടിലമനസ്സ് പിന്നെയും കരുക്കൾ നീക്കി. പറ്റിയ ഒരവസരത്തിനുവേണ്ടി അയാൾ കാത്തിരുന്നു.

ഒരു നാൾ കച്ചവടക്കാരൻ ഷായോട് മന്ത്രിച്ചു.

"പ്രഭോ ഒരു കാര്യമുണർത്തിക്കാനുണ്ട്."

"എന്താണ്?" ഷാ കാതോർത്തു.

"മൺമറഞ്ഞുപോയ അങ്ങയുടെ മാതാപിതാക്കളെയും പൂർവ്വികരെയുംകുറിച്ച് ഇപ്പോൾ ചിന്തിക്കാറേയില്ലല്ലോ. പരലോ കത്ത് അവർ എങ്ങനെ ജീവിക്കുന്നുവെന്നാർക്കറിയാം. നമു ക്കൊരു ദൂതനെ അങ്ങോട്ടയയ്ക്കാനായെങ്കിൽ എത്ര നന്നാ

യിരുന്നു."

പരലോകത്തേക്ക് ദൂതുമായി ആര് പോകും? വഴിയറിയാ
വുന്നവരാരുണ്ട്. ഷാ സംശയിച്ചു.

കച്ചവടക്കാരൻ തന്റെ തുറുപ്പുചീട്ടെടുത്തു.

"തിരുമേനീ നമ്മുടെ ഇബ്രാഹിമാണ് അതിനേറ്റവും
യോഗ്യൻ. അവന് കഴിയാത്തതായി യാതൊന്നുമില്ല. അങ്ങു
കല്പിച്ചാൽ അവനനുസരിക്കുക തന്നെ ചെയ്യും."

"എങ്കിലങ്ങനെതന്നെ." ഷാ നിശ്ചയിച്ചു.

ഉടൻ കൊട്ടാരത്തിലെത്താൻ ഇബ്രാഹിമിനു കല്പന കിട്ടി.
എന്തോ ആപത്ത് തന്നെ കാത്തിരിപ്പുണ്ടെന്ന് അവന് തോന്നി.
എങ്കിലും പുറപ്പെട്ടു.

ഒരു കെട്ട് കത്തുകൾ അവന്റെ കൈയിലേല്പിച്ച് ഷാ പറ
ഞ്ഞു.

"ഇബ്രാഹിം നീ നമുക്കേറ്റവും പ്രിയപ്പെട്ടവനാണ്. അതു
കൊണ്ടാണ് ഈ ദൗത്യം നിന്നെത്തന്നെ ഏല്പിക്കുന്നത്. ഈ
കത്തുകൾ പരലോകത്തുള്ള നമ്മുടെ മാതാപിതാക്കൾക്ക്
നല്കാനുള്ളവയാണ്. ഉടനെ തന്നെ യാത്ര പുറപ്പെടുക പര
ലോകത്തേക്ക്. അവരുടെ സുഖവിവരങ്ങൾ നേരിൽ കണ്ട്
അന്വേഷിക്കുക. കത്തുകൾക്കുള്ള മറുപടിയുമായേ തിരിച്ചെ
ത്താവൂ. ഇതാണ് നമ്മുടെ കല്പന."

കേട്ടുകേൾവി പോലുമില്ലാത്ത കാര്യം. ഇതിന്റെ പിന്നിൽ
പ്രവർത്തിച്ച ബുദ്ധി കച്ചവടക്കാരന്റേത് തന്നെ എന്ന് ഇബ്രാ
ഹിമിനു മനസ്സിലായി. പക്ഷേ, ഷായല്ലേ എതിർത്തെന്തെങ്കിലും
പറയാനാകുമോ. ഒന്നും മിണ്ടാതെ തല താഴ്ത്തി അവൻ
കൊട്ടാരത്തിൽ നിന്നിറങ്ങുമ്പോൾ മുഖ്യ ഉപദേഷ്ടാവ് മറഞ്ഞി
രുന്ന് ചിരിക്കുന്നുണ്ടായിരുന്നു.

വീട്ടിലെത്തിയ ഇബ്രാഹിം ഹുർഷിദിനോടെല്ലാം പറഞ്ഞു.

"ഈ ഷാ ശരിക്കുമൊരു വിഡ്ഢി തന്നെ. ആരെന്തു പറ
ഞ്ഞാലും അദ്ദേഹം വിശ്വസിച്ചോളും."

പക്ഷേ, എന്താണൊരു പോംവഴി.

"പറയാം." ഹുർഷിദ് പറഞ്ഞു.

"കല്പനപോലെ നാളെത്തന്നെ യാത്ര പുറപ്പെട്ടോളൂ. ഈ അസർബൈജാന്റെ അതിരുകൾക്കപ്പുറത്ത് ദൂരെ ദൂരെയേതെ ങ്കിലും നാട്ടിൽ പോയി താമസിക്കുക. ഒരു വർഷമെങ്കിലും കഴിഞ്ഞേ മടങ്ങിവരാവൂ. തിരിച്ചെത്തിയാൽ ഷായെകണ്ട് പറ യുക പരലോകത്ത് അദ്ദേഹത്തിന്റെ പൂർവ്വികരെല്ലാം സന്തു ഷ്ടരാണെന്ന്."

"മറ്റൊരു വഴിയുമില്ലേ." ഒരു വർഷക്കാലം ഹുർഷിദിനെ പിരിയുന്നതിലുള്ള വേദനയായിരുന്നു ഇബ്രാഹിമിന്റെ മന സ്സിൽ.

"എല്ലാം നല്ലതിനെന്നു കരുതുക." ഹുർഷിദ് ആശ്വസി പ്പിച്ചു.

വീണ്ടും യാത്രകൾ. അറിയാത്ത നാടുകളിലെ അനന്തമായി നീളുന്ന വഴികളിലൂടെ ഇബ്രാഹിം സഞ്ചരിച്ചു. അവനെത്തി ച്ചേർന്നത് വലിയൊരു പട്ടണത്തിലാണ്. ആവശ്യത്തിന് പണം കൈയിലുണ്ടായിരുന്നതിനാൽ സുഖമായി ജീവിക്കാം.

പഠനത്തിനുവേണ്ടിയാണ് ഇബ്രാഹിം സമയം മുഴുവൻ ചെലവിട്ടത്. എഴുത്തും വായനയും അവൻ സ്വായത്തമാക്കി. ആ പട്ടണത്തിലെ പണ്ഡിതന്മാരായ ഉസ്താദുമാരുടെ ശിക്ഷ ണത്തിൽ നിരവധി ഭാഷകൾ പഠിച്ചു. ഒരു വർഷംകൊണ്ട് അവൻ പുതിയ മനുഷ്യനായി മാറി.

നാട്ടിൽ തിരിച്ചെത്തിയ ഇബ്രാഹിം അതിശയിച്ചുപോയി. അവന്റെ സ്വപ്നങ്ങളിലുണ്ടായിരുന്ന വീട്, ഹുർഷിദിനു വേണ്ടി അവൻ പണിയാനാഗ്രഹിച്ച കൊട്ടാരംപോലുള്ള വീട്. അതാ കൺമുന്നിൽ. ആ ഒരു വർഷക്കാലം ഹുർഷിദിന്റെ മേൽനോട്ട ത്തിൽ പ്രഗത്ഭരായ ശില്പികൾ രാപ്പകൽ അദ്ധ്വാനിച്ച് അവന്റെ സ്വപ്നം പൂർത്തീകരിച്ചിരിക്കുന്നു.

പിറ്റേന്ന് ഇബ്രാഹിം ഷായുടെ കൊട്ടാരത്തിലേക്ക് പുറ

പ്പെട്ടു. ഉറച്ച ചില തീരുമാനങ്ങളുണ്ടായിരുന്നു അവന്റെ മന
സ്സിൽ.

ഷായെ മുഖം കാണിച്ച് ഇബ്രാഹിം പറഞ്ഞു.

"പ്രഭോ പരലോകത്ത് അങ്ങയുടെ മാതാപിതാക്കളും
പൂർവ്വികരും സുഖമായിരിക്കുന്നു. അവരെപ്പറ്റി ഓർത്തതിന്
നന്ദി പറയാനേല്പിച്ചിട്ടുണ്ട്. പക്ഷേ, നിസ്സാരനായ എനിക്കു
പകരം അങ്ങയുടെ മുഖ്യ ഉപദേഷ്ടാവിനെ അയയ്ക്കാത്തതി
നാൽ അവർ കുപിതരാണ്. കത്തുകൾക്കുള്ള മറുപടി അദ്ദേ
ഹത്തിന്റെ കൈയിലേ കൊടുക്കൂ എന്നവർ വാശിപിടിച്ചു. അതു
കൊണ്ട്..."

"ശരിയാണ്." ഇബ്രാഹിമിന്റെ വാക്കുകളപ്പടി വിശ്വസിച്ച
ഷാ പറഞ്ഞു.

"നാമത് ആദ്യമേ ഓർക്കേണ്ടതായിരുന്നു."

യഥാവിധി കല്പന വന്നു. മുഖ്യ ഉപദേഷ്ടാവായ കച്ചവട
ക്കാരനെ പരലോകത്തേക്കയയ്ക്കുവാൻ.

വല്ലാത്ത കെണിയിലാണ് കച്ചവടക്കാരൻ അകപ്പെട്ടത്.
താൻ ചെയ്തുകൂട്ടിയ ചതികൾ ഇത്തരത്തിൽ തിരിച്ചടിക്കു
മെന്ന് അയാൾ കരുതിയതേയില്ല. കല്പനയനുസരിച്ചില്ലെങ്കിൽ
തലപോകുമെന്നുറപ്പ്. ഇതിൽനിന്നും തലയൂരാൻ എന്തു വഴി.
രാവും പകലും അയാൾ തലപുകഞ്ഞാലോചിച്ചു. അവസാനം
സഹായത്തിന് ഇബ്രാഹിമിനെത്തന്നെ സമീപിക്കുവാൻ കച്ച
വടക്കാരൻ തീരുമാനിച്ചു.

കരഞ്ഞു കുതിർന്ന മുഖത്തോടെ ഇബ്രാഹിമിന്റെ കാലു
കൾ കെട്ടിപ്പിടിച്ച് കച്ചവടക്കാരൻ അപേക്ഷിച്ചു, തന്നെ രക്ഷ
പ്പെടുത്താൻ. കുടില മാർഗ്ഗങ്ങളിലൂടെ സമ്പാദിച്ചു കൂട്ടിയ അള
വറ്റ ധനം മുഴുവൻ ഇബ്രാഹിമിനു നല്കാമെന്നയാൾ പറഞ്ഞു.

പക്ഷേ, ഇബ്രാഹിം ഇളകിയില്ല. പക്ഷേ, അവസാനം
അവൻ ഒരു പോംവഴി നിർദ്ദേശിച്ചു.

"എന്റെ കൂടെ വന്നാൽ പരലോകത്തേക്കുള്ള ഏറ്റവും
എളുപ്പവഴി കാണിച്ചു തരാം."

അങ്ങനെയെങ്കിൽ അങ്ങനെ. കച്ചവടക്കാരൻ ഇബ്രാഹി
മിനെ പിന്തുടർന്നു.

വലിയൊരു മലമുകളിലെ നൂറടിയിലധികം താഴ്ചയുള്ള
ഒരു കിണറിന്റെ അടുത്താണ് അവരെത്തിച്ചേർന്നത്.

ഈ കിണറ്റിനടിയിലാണ് പരലോകത്തേക്കുള്ള വഴിയുടെ
തുടക്കം.

ഇബ്രാഹിം പറഞ്ഞു.

"രണ്ടു വഴികൾ കാണാം. ഒന്നു കിഴക്കോട്ട് മറ്റേത് പടി
ഞ്ഞാറോട്ട് കിഴക്കോട്ടുള്ള വഴിയെ പോയാൽ മൂന്നുവർഷം
കൊണ്ട് ലക്ഷ്യത്തിലെത്താം. പക്ഷേ, ആ വഴി വളരെ ദുർഘട
ങ്ങൾ പിടിച്ചതാണ്. പടിഞ്ഞാറുള്ള വഴിയാണ് സുഗമം. ക്ഷീണ
മറിയാതെ നടക്കാം. പക്ഷേ, അഞ്ചുവർഷം കൊണ്ടേ പരലോ
കത്തെത്തൂ എന്നു മാത്രം."

അവന്റെ വാക്കുകൾ കേട്ട കച്ചവടക്കാരൻ ഇടിവെട്ടേറ്റതു
പോലെ നിന്നു.

ഇബ്രാഹിം പ്രോത്സാഹിപ്പിച്ചു.

തന്റെ മുന്നിൽ മറ്റെല്ലാ വഴികളും അടഞ്ഞിരിക്കുകയാ
ണെന്ന് ബോധ്യം വന്ന നിമിഷത്തിൽ കണ്ണുകളിറുക്കിയടച്ച്
അഗാധമായ ആ കിണറ്റിന്റെ അടിത്തട്ടിലേക്ക് കച്ചവടക്കാരൻ
എടുത്തുചാടി. അത് മരണത്തിലേക്കുള്ള ചാട്ടമായിരുന്നു.
നോക്കൂ അടക്കാനാവാത്ത അസൂയയും ആർത്തിയും അയാളെ
കൊണ്ടുചെന്നെത്തിച്ചതെവിടെയാണെന്ന് കണ്ടില്ലേ.

പരലോകത്തേക്കയച്ച മുഖ്യ ഉപദേഷ്ടാവിന്റെ തിരിച്ചു വര
വിനായി ഷാ ഏറെ നാൾ കാത്തിരുന്നു. ആ കാത്തിരിപ്പ് അദ്ദേ
ഹത്തെ രോഗിയാക്കി. ഒരു രാത്രിയിൽ ആരുമറിയാതെ തന്റെ
മാതാപിതാക്കളുടെയും പൂർവ്വികരുടെയും അരികിലേക്ക്
അയാൾ യാത്രയാവുകയും ചെയ്തു.

അങ്ങനെ ഹുർഷിദിന്റെയും ഇബ്രാഹിമിന്റെയും വിവാഹ
ദിനം വന്നെത്തി. ആ വിവാഹത്തിന്റെ ആഘോഷങ്ങളെപ്പറ്റി
എത്ര വിവരിച്ചാലും തീരില്ല. ആ നാട്ടിൽ അതൊരുത്സവം

പോലെയായിരുന്നു. നാല്പത് പകലുകളും നാല്പത് രാവുകളും നീണ്ടു നിന്ന ഉത്സവം.

പുതുതായി പണിതീർത്ത കൊട്ടാരസമാനമായ വീട്ടിൽ ഇബ്രാഹിമും ഹുർഷിദും തങ്ങളുടെ പുതിയ ജീവിതമാരംഭിച്ചു.

അല്ലലില്ലാത്ത ആഹ്ലാദം നിറഞ്ഞ ജീവിതം.

9 789387 842359

Printed by Libri Plureos GmbH in Hamburg, Germany